Akda Ng Damdamin

Kompilasyon ng Maikling Kwento at Dagli

DarkerInks

Ukiyoto Publishing

All global publishing rights are held by

Ukiyoto Publishing

Published in 2023

ISBN 9789357879064

This is a work of fiction. Names, characters, businesses, places, events, locales, and incidents are either the products of the author's imagination or used in a fictitious manner. Any resemblance to actual persons, living or dead, or actual events is purely coincidental.

Acknowledgment

First and foremost, I would like to thank God for always being there for me, from my ups and down. His presence may not be visible but I had always felt him by my side. To my parents who had never stopped supporting me with whatever I wanted to do and to the people who encouraged me to follow my dreams, especially to my sisters and my brother Ate Florence, Kuya Romano, and Mikaela, the manok family, Bebs, TiTea GC, Zhavens, Janashya, Paul, Zion, Ate Mirai, Mami ZV and to other people who became my strength in finishing a book compilation. This wouldn't be possible if it weren't for everyone.

And lastly, an acknowledgement for myself; you have been a strong person, being able to keep standing up despite being pushed over and over. You're amazing in your own way just like what you tell others.

Contents

"My Character"

"I'll be right here 'till you come back, my leading lady."

I immediately opened my eyes the moment that I heard my mom's voice once again. She's crying and begging to wake me up.

The moment that I opened my eyes, I saw tears falling on her cheeks. I felt sad for a moment 'till his face flashed in my mind. I close my eyes while hugging a notebook on my chest.

"No! Baby, please stay with mommy. H'wag mo ipipikit ulit ang mga mata mo, please", ani ni mommy.

Marahan niya akong niyuyugyog habang panay ang pagluha. Ngunit hindi ko rin alam sa sarili ko kung bakit nakakaramdam ako ng inis. Nasasaktan ako na nakikitang umiiyak si mommy, but right now, I want to go back to sleep for him.

"M-mom! Please! P-please..."

'Di ki napigilan ang mga luha kong tumulo. Nagmamakaawa ako na hayaan niya akong matulog, pero namilog at nabigla ako sa mga sumunod na salitang binitawan niya.

"You sleep for so long, baby. It's almost two weeks", humihikbing sambit ni mommy.

Tuluyang humagulgol si mommy sa harapan ko habang ako naman ay nakatulala. Tsaka ko lang din napansin na may mga aparato na sa gilid ng kama ko. Pero sigurado akong nasa kwarto ko pa rin ako.

"H-he needs me, mom...", mahina kong sambit ngunit sapat na para marinig ni mommy.

Tumitig si mommy sa akin, bakas sa mukha niya ang pag-aalala, pagtataka at pagkalito.

"W-who are you referring to, baby?"

***

"H-hello?"

Nanginginig ang mga tuhod ko habang tinutungo ang pasilyo. Magara ang dating nito at parang mamahalin ang mga kagamitang nakapalibot sa akin ngayon. May mumunting mga alitaptap din na siyang nagbibigay liwanag sa kabuuan ng pasilyo. Nagku-kumpulan ang mga ito na nagmumukhang chandelier, sa katunayan ay hindi ko nga agad ito napansin, ang akala ko'y normal na chandelier lamang iyon.

May mga rosas din sa kanang bahagi, ipinagtataka ko tuloy kung isa ba itong mansyon o ordinaryong bahay lamang. Magagara ang mga kagamitan ngunit bakit may mga rosas gayung hindi naman ito naarawan sa kinalulugaran nila? Ang mga alitaptap? Bakit sila naririto?

"Good morning, Dark!"

Muntik na akong mapatalon sa pagkabigla ko sa boses ng lalaking biglang sumulpot sa likuran ko.

"A-ahh? Pasensya na ho, a-ako ho ba ang binabati mo?" nagtatakang tanong ko sa lalaki.

"Yes? Babe, are you alright?"

A-ano raw? B-babe?! Jusmiyo, kailan pa ako nagkaroon ng boyfriend?! Pero teka, bakit pamilyar ang mukha niya sa akin, parang pamilyar siya.

"B-babe?", patanong kong ulit sa endearment na binitawan niya. And instead of answering me, he immediately filled the space between us and hugs me.

Teka kuya! Puso ng lola mo kumakabog! I heard him chuckled and hugged me even more. Hindi ko alam kung bakit ganoon ang naging reaksiyon niya. Naririnig ba niya ang iniisip ko?

"It's been a long time", he said before letting me go.

Iginiya niya ako papunta sa sala at tsaka ako pina upo. At nang nakaupo na ako'y kaagad niyang inihiga ang ulo niya sa mga hita ko.

Hindi ko alam kung bakit, pero magaan ang pakiramdam ko na kasama ko ang misteryosong lalaking ito. Kahit na nalilito pa rin ang isip ko dahil hindi ko pa rin alam kung nasaan ako. Isinawalang bahala ko muna ang pagtataka ko dahil baka isa lamang itong magandang panaginip. Tinitigan ko ang mga alitaptap na nagsasayawan sa ulunan namin. Ang ganda nilang pagmasdan kahit na weird.

"I missed you", sambit nito sa malungkot na tono ng kanyang boses.

Kinuha niya ang kanang kamay ko at hinalikan iyon. At dahil sa paghalik niyang iyon ay mas nakaramdam ako ng pagkalito at pagtataka. Iba ang pakiramdam ko, kilala ko siya pero hindi ko alam kung sino nga ba talaga siya, ang eksaktong siya.

"Dark? You're worth it, okay?", biglang sambit nito.

Tumama ang paningin naming dalawa na siyang dahilan upang makita ko ang kulay abo nitong mga mata at ang pinkish niyang labi na animo'y nanghahalina.

"Dark? That's my pen name"

"Yes, we've met in that fake world, Dark. That fictional world, fictional names and the fictional events that were part. And we fell in love in that fictional world, too. And the most painful thing is that, We can't be together".

Naramdaman ko ang pagpatak ng luha ko sa malambot kong pisngi. Pilit kong ina-alala kung sino nga ba ang lalaking kasama ko ngayon. Naguguluhan pa rin ako, hindi ko alam kung nagsasabi ba siya ng totoo o hindi. Hindi ko alam kung sino nga ba talaga siya.

"W-who are you? What's your name?"

"I'm your man, your prince, your hero and the love of your life...but, too bad and destiny sucks big time, 'couz I'm not real. We're living in different worlds."

Dahil sa mga sinabi niya ay mas lalo akong naguluhan at nagtaka. At sa halip na maniwala ay tumawa na lamang ako ng napakalakas at marahan siyang hinampas.

"Writer ka rin ba? Nice joke! Hahaha!", ani ko.

"That's my lady", he said in a serious tone. Tumigil ako sa pagtawa at tinitigan siya.

"W-what do you mean ba?", kunot noo kong tanong.

"I'm just your imaginary man, my lady. This mansion and everything that you can see, including me. It is the product of your imagination. You made us, you made me."

Kitang-kita ko sa mga mata niya ang kalungkutan. Hindi ko alam, hindi ko alam kung dapat ko ba siyang paniwalaan.

"I'm alone here, waiting for the next chapter of our love story", ani nito.

Hindi ko namalayan na panay na pala ang pagtulo ng mga luha ko. Ano ba ang nangyayari? Naguguluhan ako sa mga sinasabi niya.

"Write and keep bleeding, babe. I'll wait for you and cheer you up. Put that pain, love, and any emotions on the papers with your pen as a sword", nakangiti niyang sambit sa akin. Ngayon ay nakatingala siya upang titigan ang mga mata ko habang nakahiga pa rin sa mga hita ko.

Naguguluhan ako...hindi ko na alam kung ano ang nangyayari. And then all of a sudden, images are flashing in my head. Memories...happy memories and bitter ones are flashing in my head. We're both fighting. The pain in my head is getting worse.

'Baby, please wake up. Mommy misses you so much'

Hinawakan ko ang ulo ko at habang tumatagal, memories are flooding in my head and I can't bear the pain. Narinig ko ang boses ng isang babae na tila ba umiiyak at nagmamakaawa.

Mariin kong ipinikit ang mga mata ko. Kinalma ko ang sarili ko at ng mahimasmasan ay kaagad kong minulat ang mga mata ko. Bumungad sa akin ang nakangiting mukha ng lalaking minamahal ko.

"It's time to wake up. You're sleeping for so long. Your mom is worried", ani nito habang nakangiti. "At least, you remembered us."

"N-no…E-Ethan. I-it's you", I said while my tears were still falling. I'm crying so hard. But he was there smiling and wiping my tears.

Nanginginig kong hinawakan ang kamay niya, ayaw ko siyang iwan. Ayaw kong iwan ang lalaking minahal ko. Ang lalaking naging karakter ng librong isinusulat ko. He's the leading man and I am his leading lady.

Unti-unti niyang inilapat ang mukha ko sa mukha niya, then he kisses my forehead with a pure love and care.

"I'll be right here 'till you come back, my leading lady."

***

Umiiyak akong niyakap ni mommy. Habang yakap-yakap ko ang notebook ko na siyang sinusulatan ko ng istorya namin ni Ethan.

"You need to write the next chapter baby. But promise me, you'll come back to mommy, please? whatever happens. Just finish the story."

I nod and hug my mom so tight, I forgot that she's the owner of this thick notebook. And she also experienced what I've experienced. My dad is a product of her imagination, that's what she knew when she was writing. But the truth is, my dad was with her all the time. Her best friend.

"Kape"

N**andito** ako ngayon sa park at hinihintay ang bestfriend kong si Tin. Ang usapan namin alas-sais ng gabi ay dapat magkasama na kami dahil kailangan namin umuwi ng maaga lalo pa't andaming pinupuntahan ng lalaking 'yon sa tuwing pupunta kami ng night market, hindi ko na nga alam kung ako ba ang babae sa aming dalawa o siya.

"Hoy! Pangit!"

Napalingon ako nang marinig ang boses ng bestfriend kong may pagkapilosopo't mahilig mamikon.

Paglingon ko ay agad akong nag palinga-linga na para bang hindi ko siya nakita at narinig. Duhhh, hindi ako pangit 'no baka siya oo.

"Hey! Gorgeous woman!" muling tawag niya kaya naman agad akong lumingon at gumuhit sa mga labi ko ang ngiti. *Gorgeous woman, huh, ako yata 'yon!*

"Hey!"

Agad kong sambit pagkatayo ko para salubungin siya. Pero ang may pagka mapang-asar na lalaking 'to eh nilagpasan ako at dire-diretsong naglakad. Dahil hindi ako papatalo ay naglakad rin ako ng palagpas sa kanya at papunta sa isang store.

Agad naman niya akong hinabol pero mas lalo kong binilisan ang paglalakad ko. Aba! napahiya ako dun 'no! Asa siyang lilingunin ko siya.

"Hey! Stop walking like a bicycle!", sigaw nito. Todo rin ang paglakad nito at kung naiinis na ay tatakbo ng kaunti, pero ano daw? Walking like a bicycle? At kailan pa natutong maglakad ang bisikleta? matindi na talaga ang tama nito.

Nasa tapat na ako ng store sakto at nagc-crave ako sa dark chocolate at yakult. Lumingon muna ako para tingnan kung nasaan na yung lalaking pinaglihi kay Mr. Bean pero hindi ko ito makita, napagod siguro, HAHA ubos english niyan mamaya pag sinermonan ako.

Pagpasok ko sa store ay nakita ko agad ang ngiti ng cashier man bilang pang bati, *ang pogi ni kuya omeghed!*

"Kape!" biglang sigaw ni Tin pagpasok sa store.

"That way po sir" sambit ng cashier man sabay turo sa kanang bahagi ng store.

Todo ang pagpigil ko sa tawa ko, kita kase sa mukha ni Austin ang galit pero at the same time ay ang pagkapahiya. Nilagpasan niya ako at kumuha ng isang pack ng kape at binayaran sa cashier. He grabs my hand towards the door of the store sabay lingon nito sa poging cashier.

"She's my kape, that's our call sign, and don't smile at the customers you look like a rapist", sambit niya bago tuluyang lumabas hila-hila ako. Panay ang titig ko sa kanya, masamang titig.

"Stop staring at me, hindi naman 'yon pogi tsaka mukha naman talagang rapist, tsk." Ani nito ng mapansin ang pagtitig ko ng masama sa kanya.

"Okay, akala mo naman gwapo ka at sana maubos mo 'yang kape mo", may pagka-sarkastikong sambit ko.

Masama niya akong tinitigan at tsaka kami pumunta sa night market. Tulad ng dati ako pa talaga ang nanonood sa kanya habang namimili ng mga damit niya hanggang sa makauwi, eh, mukhang siya lang ang nag-enjoy.

"Oh, ayan kape", sabay abot nito ng isang pack ng kapeng binili niya kanina.

"Para saan naman 'to? Bakit mo binibigay?"

"Para naman ngumiti ka, wala ka kayang binili, kuripot nito."

Alam niyang babatukan ko siya kaya ito kumaripas ng takbo, kung malayo lang talaga bahay ko hinabol ko na siya pero sa ngayon eh halos nasa tapat na ako ng bahay kaya sa susunod ako babawi.

"Tsk! Mr. kape hindi na Mr. Bean", sambit ko pa bago tuluyang pumasok sa loob ng bahay.

"Till Death Do Us Part"

"It suits you well, Sab", nakangiti ngunit may nangingilid na luha sa kanyang mga matang sambit ni Oliver.

He's wearing his black tuxedo, a formal attire, and his suit for our wedding. Lahat ng taong nakakita sa amin ay pareho rin sa ekspresyon ni Oliver ang ipinapakita.

"T-this is it", sambit ko kahit pa hirap akong bigkasin iyon.

Nagsimulang magsalita ang pari, panay ang titig ko kay Oliver na halatang pilit na ikinukubli ang mga luha niya, hindi ko mapigilang mapaluha na rin. Hindi ko deserve ang pagmamahal niya para sa akin.

"Oliver Silverio, do you take Isabel Ceridwen as your wife?"

Dinig kong sambit ng pari na siya namang nagpakaba sa buong sistema ng katawan ko. Tinitigan ako ni oliver ng nakangiti at tila buo ang desisyon nitong pakasalan ang isang babaeng bilang na ang oras.

"I do, father", nakangiting sagot nito.

Nginitian ko siya pagkasambit niya ng sagot niya. He never failed to make me feel the butterflies on my stomach and make my cheeks blush.

Napuno ng hiyawan ang buong paligid, ang buong kwarto ng isang hospital kung saan ginaganap ang kasal namin ni Oliver.

"And you, Isabel Ceridwen, do you take Oliver Silverio as your husband?"

Sunod na tanong ng pari pero hindi ako nakasagot agad, hindi ko siya pwedeng itali sa mga kamay ko at magdusa buong buhay niya.

"I-I'm sorry", garalgal kong sagot sa pari. Gumuhit ang mga nagtatakang mukha ng mga tao sa kwarto lalo na si Oliver.

"You need to love again once I disappear, Oliver—"

"Shhh, stop it sab!", suway nito sa akin habang pinupunasan ang mga luha ko.

"You did what you promised, babe... It's time for me to go", ramdam ko ang pagkirot ng ulo ko sa tuwing nagsasalita ako pero hindi ko iyon pinansin. "I-I will love you until... death.. d-do us part" hirap kong paliwanag sa kanya.

"No, no, no! please sab, hold on", hindi na naikubli pa ni Oliver ang mga luha niya.

Masakit, masakit makita siyang umiiyak pero mas mahirap makita siyang ikasal sakin na alam naming pareho na anumang oras ay mawawala ako.

"P-please love again, please don't be scared to love again", sambit ko sa mahinang boses dahil hirap na akong magsalita.

Pilit kong inabot ang mga pisngi niya at pinahiran ang mga luha niya. Kinuha ko ang bouquet ko at itinaas ang mga kamay ko habang ipinapakita ang malawak kong mga ngiti.

"Y-ehey! I-I'm going to sleep!", I shouted even though my voice didn't come out as loud as I expected. "I'm tired.."

"No sab, please don't leave me."

Hawak-hawak niya ang mga kamay ko at hinahalikan ito. Ramdam ko ang panghihina ng katawan ko at tibok ng puso ko.

" Be happy."

'Be happy' , iyon ang huling mga salitang sinambit ko bago ko tuluyang ipinikit ang mga mata ko, bumibigat na ang mga talukap ng mga ito, handa na akong humimlay. Tanging iyak ng mga tao at ni Oliver ang huli kong narinig bago ako tuluyang lamunin ng dilim.

"Time of death, 11:11 am"

"Marupok"

Nandito kami ngayon sa bahay ni Lienne at inihahanda ang munting surpresa para sa kanya, mabuti nalang at may permiso kami mula sa mama ni lienne kaya kami nakapasok sa bahay nila.

Ngayon ay nasa condo niya si Lienne para makapagpahinga raw muna siya, broken kasi si ate ghurl.

Una naming inayos ang dingding na paglalagyan namin ng letter balloons na bumubuo sa salitang '*happy birthday*' at tsaka namin isinunod ang mga iba't iba pang kinakailangan pati na rin ang mga pagkain na ihahanda namin. Matapos ang lahat ay sinubukan namin siyang kontakin, hindi naman kami nabigo.

"Lientot!" pasigaw na bungad ni Emma kay Lienne.

"Sabi ko ayaw ko ng istorbo ngayon, eh, bukas nalang", malumanay na sambit nito sa kabilang linya.

"Ano ka ba? Nag-aalala na si tita sayo", sabat naman ni Kim.

"Nagpaliwanag ako kay mama na gusto ko mapag-isa, bye na."

Magsasalita pa sana kami pero pinatay niya ang tawag. Wala kaming maisip na paraan para pauwiin siya. Pero muli namin siyang tinawagan para sabihin na may lagnat si tita, pero ang sabi lang nito ay may private nurse naman daw si tita.

"Ano ba?!"

Biglang napangiwi si Emma ng sigawan siya ni Lienne mula sa kabilang linya sakto pa naman din sa tainga nito ang speaker ng cellphone.

"Hinahanap ka ni Clyde!", sigaw pabalik ni Emma sa kanya pero kagaya kanina ay ibinaba nito ang tawag.

Si Clyde nga pala ang ex-boyfriend niya na mukhang pinagluluksaan niya ngayon. Two months na silang wala pero apektado talaga siya. Nag-isip pa kami ng ibang maida-dahilan para pumunta siya, pero wala na kaming choice kung hindi ay sabihin na naghanda kami ng salo-salo para sa kaarawan niya. Muli na sana naming tatawagan ang telepono niya nang bigla itong pumasok sa bahay.

"Where's, Clyde?!", sigaw na tanong nito. Lahat kami ay napanganga sa karupokan ni Lienne. Iba talaga tama ng kaibigan namin sa ex-boyfriend niya.

#QueenOfMarupok

"A Fool Love"

"Sol?!"

I was so shocked, as I opened the door and saw Cloud crying in the middle of the rain. I let him in and got him a towel.

"What happened?" I ask him in a worried tone of voice.

"I'm sorry." He kneeled in front of me and cried so hard.

"Cloud, you need to face reality."

Hindi ko alam kung saan nga ba nanggaling ang mga sinasabi ko, pero mukhang alam ko na kung bakit siya naririto at umiiyak sa harapan ko. In fact, 'yon lang naman talaga ang posibleng dahilan kung bakit siya nandito.

"I- I l- love you." Nanginginig niyang sambit at nananatiling nakayuko at basang-basa pa rin ng dahil sa ulan. I also kneeled slowly to face him and gently wipe his tears.

"You don't, you don't love me, Cloud"

"Sol no, I rea—"

"No, you don't love me, because if you did, you'd never leave me alone in the middle of the dark street that day, just to see Luna."

"I'm drunk that night, I'm so—"

"You're drunk?" I chuckled as my tears began to flow on my cheeks. He looks so sorry for what he did but looks happy at the same time.

"You're drunk, but you still manage to go to the mall and spend the whole night with her?"

"I-I'm mad that time", he said without looking at me. I held his hand and chuckled.

"That day, there's no reason to be mad," I whispered.

"We're spending our fifth anniversary and celebrating the blessing that God gave us with a big smile on our face or should I say, my face? not until Luna called you telling you that she's carrying your baby in his womb."

"No.. I'm happy."

"Because of being a responsible father to a baby that isn't yours or because we lost our baby in my stomach the day you abandoned me on the street?".

"I-I'm sorry."

I bit my lower lip to prevent more incoming tears from falling down.

"The sun rises again, cloud, there's no rain. You can leave now; I'm letting you go and live with your family."

"Family Not by Blood"

(But by heart)

"**Let's** go get some drinks" rinig kong saad ni liah habang nakatalikod ito sa amin. Narito kami sa hospital at nagkukulitan kanina ngunit biglang nagbago ang kulitang iyon sa isang nakakabinging katahimikan.

"Let's die together", walang emosyon na sambit ni Clark habang nakatitig lamang sa akin.

I sat down and opened some wine.

"Are you crazy?!" Clark shouted as he threw the bottle of wine that I'm holding.

Narinig ko ang paghikbi ni Ella sa gilid ng pintuan at sumunod si Liah hanggang sa nag iyakan na ang lahat maliban kay Clark na halatang nagpipigil, gayun na din ako na pilit na nilalabanan ang sariling huwag umiyak.

"It's not a cancer, right?", tanong ni Clark sa napaka seryoso ang tono.

Yumuko ako at pilit na tinatagan ang loob, hindi ko masagot ang tanong niya. Patuloy na humahagulgol sa gilid si Liah at Ella, magkayakap ang dalawa habang si Leo naman ay nakaupo lamang at umiiyak rin. Sa totoo lang ang sarap pagmasdan na mayroon akong kaibigang kagaya nila.

"Bakit ba kayo umiiyak ha? hindi naman tayo magkakilala ng matagal sa personal hindi ba? kung mawawala nga ako, eh ano naman ngayon?"

Diretso kong sambit sa kanila. Alam kong masasaktan sila sa sinabi ko pero kailangan. Ayaw ko namang nakikita silang umiiyak. Sa pekeng mundo man kami nagkakilala pero masiyado silang napalapit sakin. Hindi ko kayang iwan ang mga kaibigan ko.

"Sira ka ba?!"

Lalong nag-iyakan ang lahat sa pagsigaw na Clark maging ako ay napaiyak na rin.

"Pekeng mundo man! mahal ka namin! mahal kita hindi lang bilang kaibigan! kaya tumigil ka kase gagaling ka, kasama mo kami, hindi na 'to pekeng mundo."

Natigilan ang lahat sa mga sinambit ni Clark, lalo na ako. Humagulgol si Clark na tila ba hindi na kinaya ang bigat ng nararamdaman niya ng mga oras na ito.

"WE GOT YOU!" biglaang sigaw ni Liah at Ella.

"IT'S A PRANK!" sabay-sabay naming sigaw at nagtatawanan. Bakas sa mukha ni Clark ang inis, todo ang pagtakip nito sa mukha niya.

"Diarrhea lang naman 'to eh", natatawang sambit ko.

"Ayieee, ano nga ulit sabi mo, Clark?" may pang-iinis na sambit ni Liah.

" Mahal kita hindi lang bilang kaibigan", dugtong naman ni Ellah habang ginagaya ang boses ni Clark, sabay tawa ng dalawa. Habang si Leo naman ay pinipigil ang tawa.

"Hindi ka pa talaga nasanay sa barkada, Clark, napa amin ka tuloy", sambit ni leo habang pangiti-ngiti ng nakakaloko.

"Oh, Kami na, bawal umayaw magpagaling kana kase papakasalan pa kita", Clark said then smirk at me.

"SHIP!", sabay-sabay namang sambit ng mga kaibigan namin.

Wala akong nagawa kung hindi ang ngumiti at makipag tawanan sa kanila. Kaibigan nga naman, higit pa sa totoong pamilya kung mag-asaran. Yes, afamily not by Blood but by heart.

"Power Of True Love"

"**Dada!** tell me something about how you and mom meet and started dating", sambit ng kinse anyos na anak ni Paul.

Ngumiti ang lalaki sa naka pouty lips na anak nito at naka indian sit sa harapan niya na tila ba anumang oras ay handa itong makinig sa kung ano man ang ikukuwento niya.

"You've been bugging me about it lately, how come you're suddenly interested in our story?" umiiling na sambit niya sa anak.

"I bugged you lately about it, dada. But you're always busy to tell me about it! and this is the time that I think you can tell me about it", nagpapa-cute na sambit nito sa ama.

Paul sighs and smiles after a while before looking at the ceiling, as if there was something to look at aside from its pure white color.

Isang malakas na iyak ang maririnig sa buong silid ng grade six section B. Lahat ng mga bata ay tahimik lang na nakatingin sa batang babaeng umiiyak habang ang isang batang lalaki naman ay inaalo ito at humihingi ng tawad.

"Jessie!sorry na", ani ni Paul, ang batang lalaking umaalo kay Jessie.

Hindi pa rin tumitigil sa pag iyak ang batang babae kaya naman tumayo ang batang lalaki at lumabas ng silid aralan. Hindi pa man nagtatagal simula ng lumabas ng silid aralan ang batang lalaki ay kaagad na napalitan ng tawa ang kaninang iyak na maririnig sa silid aralan.

"Napano na naman ba kayo? At bakit ka bigla-biglang tumatawa?", naguguluhang tanong ni Van kay Jessie.

"You'll see", tanging sambit nito.

Wala pang limang minuto ay bumalik si Paul na may dala-dalang chocolate ice cream. Nilapitan niya ang muling umiiyak na si Jessie at ini-abot sa kanya ang dala-dala.

"Bati na tayo, oh!", sambit nito.

Kaagad namang kinuha ni Jessie and pagkain at tsaka kinain ito na animo'y walang nangyari.

"Salamat! Bati na tayo", masiglang sambit nito at tsaka tahimik na ipinagpatuloy ang pagkain.

"So, that's when you and mom meet each other? But why did she cry?", tanong ni Jilly sa ama.

"No. We didn't met that time. We first met a year before that happened, during our fifth grade", sambit naman ni Paul sa anak.

"Grrr, Dada. I said tell me the story of how you guys met, not how you bullied her", Jilly said then put her palm on her face.

"You're so cute, Jilly. Just like your mom, both of you always wanted to get what you want", umiiling nitong sambit sa anak. "But that story was the story of how I ended up loving your mom. That situation, the teasing, the argument and all. During our sixth grade, we were like a cat and a dog, we're enemies. But just like the story I've told earlier; I always get something to make it up to her after our arguments" dagdag pa nito.

Nakatingin lamang si Paul sa puting ceiling ng mini library nito habang naka upo. Kung saan para siyang nagkwe-kwento ng kwento galing sa isang librong nakahilera sa bawat shelves sa unica hija nito. Dumako ang tingin niya sa anak niya, at tila ba pinipigilan ang tawa nito.

"What's with that smile?", tanong nito.

"Nothing Dada. I just found you and moms' story cliche", she said and laughed.

"Me too, but those memories from the past when we we're still young are memorable and even if I'm 45 years old already, I can't stop falling deeper to your mom. At kinikilig pa rin ako kapag naalala ko yung mga pang-aasar ko sa kanya", tumatawang sambit na rin niya sa anak.

"Buti naman po at sinagot ka ni mom? Kailan mo siya niligawan?", muling tanong ni Jilly pagkatapos humipa ng tawa nito.

"I courted her twice and he became my girlfriend twice as well", nakangiting tugon niya sa anak.

"R-really?! Oh my! I totally don't have an idea about that! tell me more, Dada!", bulalas ni Jilly.

"It's just that we hid it the first time I courted her and we became lovers. We're scared that our parents might know about it", ani niya sa anak.

"How old were the both of you back then?", tanong muli ni Jilly sa ama.

"That's a secret for now, Jilly", biglang sambit ni Jessie.

"Oh! Hey mom!"

"Hey, honey!"

"Lunch is ready. And you, Paul. Ano ang kinukwento mo kay Jilly?" ani ni Jessie na kakapasok lamang sa silid.

"Dada told me about how you guys started to be lovers, well to be specific he told me how your relationship started. You were enemies" natatawang sambit ni Jilly sa ina.

"Oh! I hope he didn't skip the part where he cried because we ended our relationship the moment that my mom, your lola, found out about our relationship", Jessie said and smirks.

"Really? How old are you guys back then that Lola ends up your relationships? Are you both so young that time?" tanong ni Jilly sa mga magulang. Nagkatinginan ang mag-asawa at tsaka nagtawanan.

"You better not know, and you shouldn't have a boyfriend unless you turned 18, okay?" sambit ni Paul sa anak.

"Sus! Sabi ng niligawan ako ng wala pa sa 18", pang-aasar naman ni Jessie sa asawa.

"That's because—"

"Let's eat mom! I don't have a boyfriend don't worry", pagputol ni Jilly sa sasabihin ng ama at hinila ang ina palabas ng silid.

"That's better, and don't hide it to us if you have a suitor unlike what your Dada did the first time he courted me", ani ni Jessie sa anak.

"I have my reasons, and you also agreed to it before, Jessie" ani ni Paul habang sumusunod sa mag-ina.

"Tsk, Tsk. Dada nga naman. Takot ka pala kay lola at lolo", Jilly said and laugh together with her mom. Hindi nagtagal ay tumawa na rin si Paul kasabay ng pagtawa ng kanyang asawa't anak.

"At least, I have both of you. I'm Happy and contented" he sighs and smiles.

About the Author

Darker Inks

Darker Inks has been writing since she was in 6th grade, but started writing on wattpad application since she was in 9th grade. Most of her stories are in drafts. She loves tulips and chocolates. She considers herself as an unread book that no one notices. In most of her free time, she slacks off by entertaining herself with books, writing stories, and annoying her friends. She lives in the Philippines.